Ang Equational Poetry True Foods Journal: Eating For "SELF" ay HIGIT pa sa isang personal na journal ng pagkain, to ay isang personal na gabay, kasama ang Health, Diet, at Recipe's Adventure Book Series, bumalik sa "True Foods" at 'True Life."

Dahil dito, nagsisimula ito sa isang pagtatasa ng stress upang matukoy kung ang isang tao ay sapat na maluwag upang simulan ang paglalakbay at pakikipagsapalaran?

Ang pagtatasa ng stress ay batay sa 7 araw ng data.

Ang mga puntos ay susuriin sa pamamagitan ng "Equational Poetry" at ibibigay sa ibang pagkakataon.

Side Note: Ang dahilan ng Morning = Breakfast, Afternoon = Lunch, Evening = Dinner ay para mailayo KA sa mga commercial ideas na ito.

Itigil ang pag iisip sa mga tuntunin ng Almusal, Tanghalian, at Hapunan at alisin ang salitang Meryenda mula sa iyong bokabularyo.

Naaalala ko pa noong naimbento ang Brunch upang punan ang patay na panahon sa pagitan ng "Breakfast" & "Lunch" upang madagdagan ang mga benta.

STOP doing what CORPORATISM tells YOU. Yan ang problema sa balita at smartphone din.

STOP splurging sa mga okasyon at pagbibigay ng iyong "SELF" pahintulot na magkasala.

Ang mga pista opisyal ay pawang mga komersyal na kaganapan at walang kabuluhan sa labas ng tradisyonal na kaganapan ng "Tunay na Buhay".

Ang kasaganaan, pagpili, at iba't bang uri ay HINDI mga palatandaan ng kasaganaan, o tagumpay. Ang mga ito ay mga palatandaan na nakalimutan ng "TAYO" ang "Tunay na Buhay."

Mag isip sa mga tuntunin ng umaga, hapon at gabi gutom, HINDI Almusal, Tanghalian, at Hapunan. Ang paniwala ng Snack ay kalokohan. Sumali sa mailing list ng The Poetries: https://www.poetries.ph

Ang sumusunod na Base-lined Stress Assessment Chart ay ginagamit sa paunang pagtatasa ng emosyonal na personalidad o stress coping abilities o life scenario? Ang stress ay isang generic na termino para sa hindi komportableng pamumuhay. Ang katagang Stress, sa at ng "SELF" nito, ay walang kahulugan.

Ang pangunahing aklat sa The Health, Diet, and Recipe's Adventure Book Series, na pinamagatang: Eating For Self: You're NOT Eating For YOU, sinusuri at inaalis ang "STRESS" sa "True Life."

Upang simulan ang paglalakbay at pakikipagsapalaran pabalik sa "True Foods" at "True Life," para sa susunod na 7 araw at / o gabi, punan ang mga oras na kumakain KA sa umaga, hapon, at gabi o pagkatapos lamang o bago ang hatinggabi at kung ano ang kinakain MO

Up next, ang "Equational Poetry" ang magtatasa ng iyong mga marka at ang mga kahulugan nito, at kung handa ka na sa paglalakbay

MAAARING kailanganin mong bisitahin ang isang website?

Tulang Ekwasyonal

TUNAY NA PAGKAIN PARA SA "TUNAY NA BUHAY"

TUNAY NA PAGKAIN JOURNAL

Oras	Umaga	Hapon	Gabi
Mga puntos			

Side Notes:

Petsa:

Mood:

Umaga = Almusal   Hapon = Tanghalian   Gabi = Hapunan

ung kailangan mo ng KARAGDAGANG espasyo para magsulat sa ong pagkain, ang susunod na ilang pahina ay naglalaman ng HIGIT ng mga tsart?

Tulang Ekwasyonal

Baseline Tsart ng Pagtatasa ng Stress

TUNAY NA PAGKAIN PARA SA "TUNAY NA BUHAY"

TUNAY NA PAGKAIN JOURNAL

Araw	Oras	Umaga	Hapon	Gabi
1				
2				
3				
4				
5				
6				
7				
	Mga puntos			

Side Notes:

Petsa:

Mood:

Umaga = Almusal   Hapon = Tanghalian   Gabi = Hapunan

Baseline Chart, Pahina 2 sur 4

Tulang Ekwasyonal

TUNAY NA PAGKAIN PARA SA "TUNAY NA BUHAY"

TUNAY NA PAGKAIN JOURNAL

Oras	Umaga	Hapon	Gabi
Mga puntos			

Side Notes:

Petsa:

Mood:

Umaga = Almusal   Hapon = Tanghalian   Gabi = Hapunan

Tulang Ekwasyonal

TUNAY NA PAGKAIN PARA SA "TUNAY NA BUHAY

TUNAY NA PAGKAIN JOURNAL

Araw	Oras	Umaga	Hapon	Gabi
1				
2				
3				
4				
5				
6				
7				
	Mga puntos			

Side Notes:

Petsa:

Mood:

Umaga = Almusal   Hapon = Tanghalian   Gabi = Hapunan

Tulang Ekwasyonal

Araw araw na Pagkain Para sa "SELF" Cha

TUNAY NA PAGKAIN PARA SA "TUNAY NA BUHA

TUNAY NA PAGKAIN JOURNAL

raw	Oras	Umaga	Hapon	Gabi
1				
2				
3				
4				
5				
6				
7				

Side Notes:

Petsa:

Mood:

Umaga = Almusal   Hapon = Tanghalian   Gabi = Hapun

_____

_____

_____

_____

Tulang Ekwasyonal

Araw araw na Pagkain Para sa "SELF" Cha

TUNAY NA PAGKAIN PARA SA "TUNAY NA BUHA

TUNAY NA PAGKAIN JOURNAL

raw	Oras	Umaga	Hapon	Gabi
1				
2				
3				
4				
5				
6				
7				

Side Notes:

Petsa:

Mood:

Umaga = Almusal   Hapon = Tanghalian   Gabi = Hapun

_____

_____

Tulang Ekwasyonal

Araw araw na Pagkain Para sa "SELF" Cha

TUNAY NA PAGKAIN PARA SA "TUNAY NA BUHA

TUNAY NA PAGKAIN JOURNAL

raw	Oras	Umaga	Hapon	Gabi
1				
2				
3				
4				
5				
6				
7				

Side Notes:

Petsa:

Mood:

Umaga = Almusal   Hapon = Tanghalian   Gabi = Hapun

_____

_____

_____

_____

Tulang Ekwasyonal

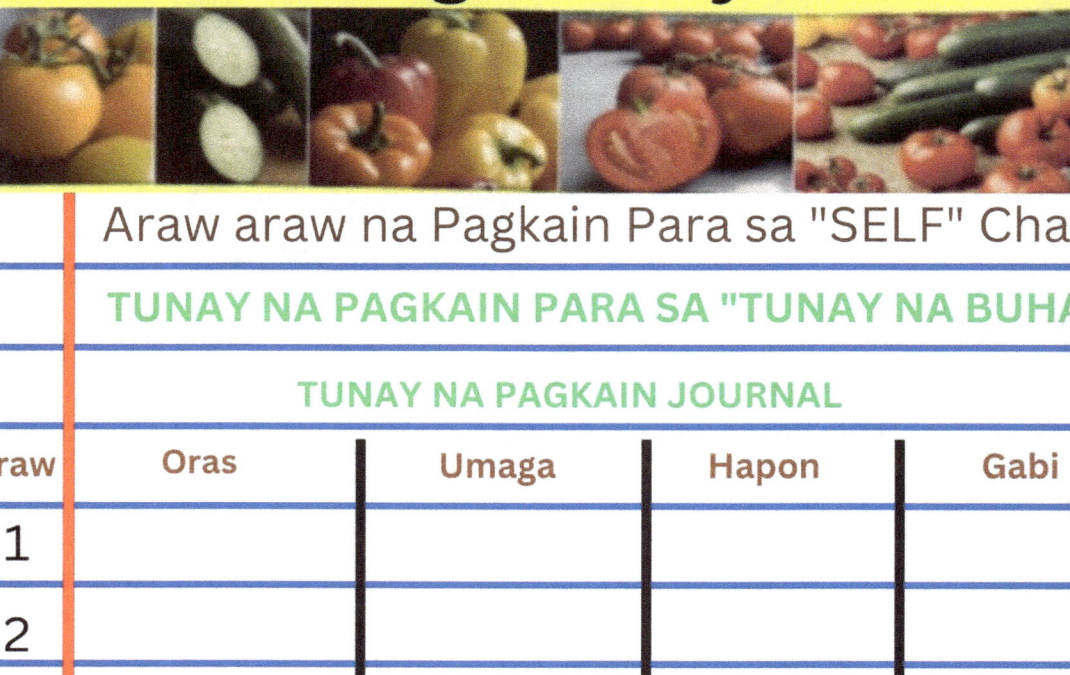

Araw araw na Pagkain Para sa "SELF" Cha

TUNAY NA PAGKAIN PARA SA "TUNAY NA BUHA

TUNAY NA PAGKAIN JOURNAL

raw	Oras	Umaga	Hapon	Gabi
1				
2				
3				
4				
5				
6				
7				

Side Notes:

Petsa:

Mood:

Umaga = Almusal   Hapon = Tanghalian   Gabi = Hapun

_____

_____

_____
_____
_____
_____
_____
_____
_____
_____
_____
_____
_____
_____
_____
_____
_____
_____
_____
_____
_____
_____
_____
_____
_____
_____

_____

_____

Tulang Ekwasyonal

Araw araw na Pagkain Para sa "SELF" Cha

TUNAY NA PAGKAIN PARA SA "TUNAY NA BUHA

TUNAY NA PAGKAIN JOURNAL

raw	Oras	Umaga	Hapon	Gabi
1				
2				
3				
4				
5				
6				
7				

Side Notes:

Petsa:

Mood:

Umaga = Almusal   Hapon = Tanghalian   Gabi = Hapun

_____

5

_____

_____
_____
_____
_____
_____
_____
_____
_____
_____
_____
_____
_____
_____
_____
_____
_____
_____
_____
_____
_____
_____
_____
_____
_____

_____

Tulang Ekwasyonal

Araw araw na Pagkain Para sa "SELF" Cha

TUNAY NA PAGKAIN PARA SA "TUNAY NA BUHA

TUNAY NA PAGKAIN JOURNAL

raw	Oras	Umaga	Hapon	Gabi
1				
2				
3				
4				
5				
6				
7				

Side Notes:

Petsa:

Mood:

Umaga = Almusal   Hapon = Tanghalian   Gabi = Hapun

Journal ng Tunay na Pagkain, Pahina 6 ng 25

_____

_____

_____

_____
_____
_____
_____
_____
_____
_____
_____
_____
_____
_____
_____
_____
_____
_____
_____
_____
_____
_____
_____
_____
_____

Tulang Ekwasyonal

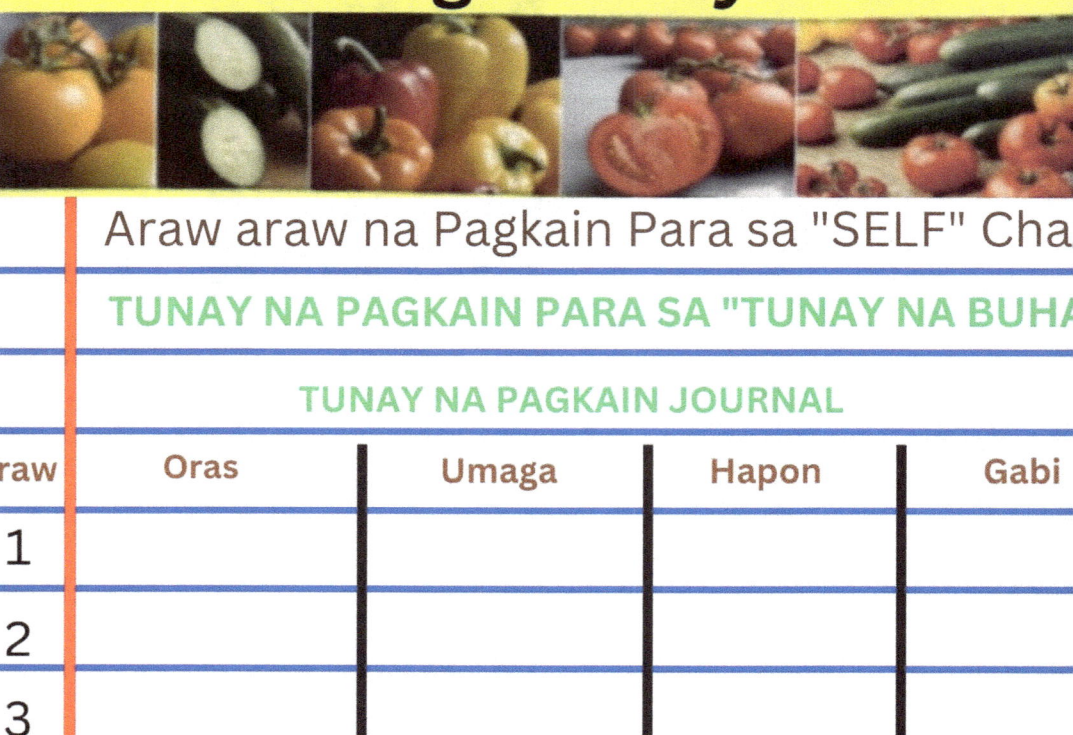

Araw araw na Pagkain Para sa "SELF" Cha

TUNAY NA PAGKAIN PARA SA "TUNAY NA BUHA

TUNAY NA PAGKAIN JOURNAL

raw	Oras	Umaga	Hapon	Gabi
1				
2				
3				
4				
5				
6				
7				

Side Notes:

Petsa:

Mood:

Umaga = Almusal   Hapon = Tanghalian   Gabi = Hapun

Tulang Ekwasyonal

Araw araw na Pagkain Para sa "SELF" Cha

TUNAY NA PAGKAIN PARA SA "TUNAY NA BUH

TUNAY NA PAGKAIN JOURNAL

raw	Oras	Umaga	Hapon	Gabi
1				
2				
3				
4				
5				
6				
7				

Side Notes:

Petsa:

Mood:

Umaga = Almusal   Hapon = Tanghalian   Gabi = Hapun

Journal ng Tunay na Pagkain, Pahina 8 ng 25

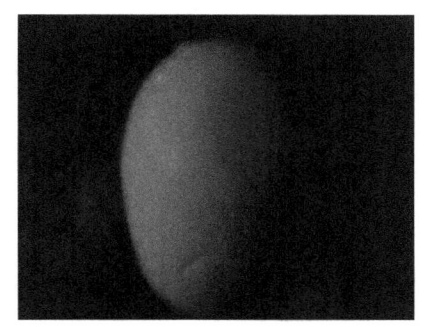

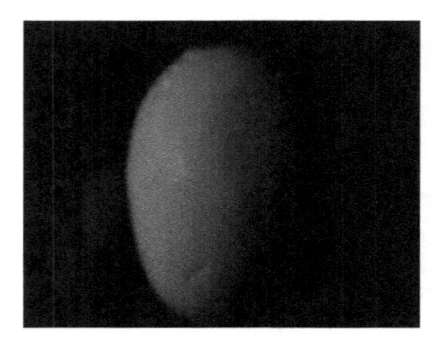

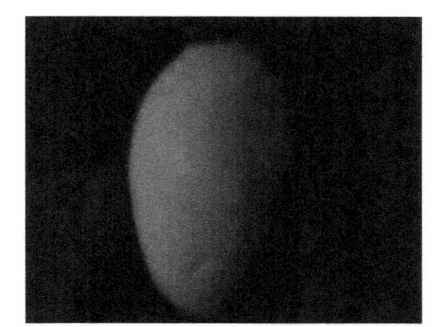

_____

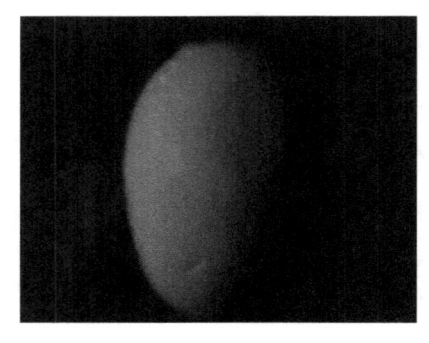

4

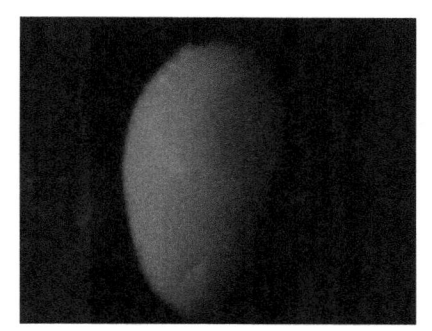

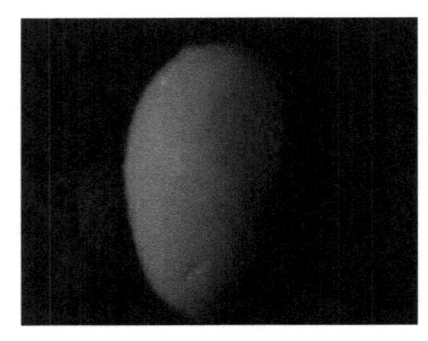

_____

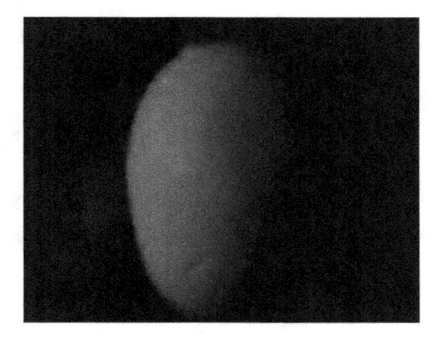

_____

Tulang Ekwasyonal

Araw araw na Pagkain Para sa "SELF" Cha

TUNAY NA PAGKAIN PARA SA "TUNAY NA BUHA

TUNAY NA PAGKAIN JOURNAL

raw	Oras	Umaga	Hapon	Gabi
1				
2				
3				
4				
5				
6				
7				

Side Notes:

Petsa:

Mood:

Umaga = Almusal   Hapon = Tanghalian   Gabi = Hapun

_____

Tulang Ekwasyonal

Araw araw na Pagkain Para sa "SELF" Cha

TUNAY NA PAGKAIN PARA SA "TUNAY NA BUHA

TUNAY NA PAGKAIN JOURNAL

raw	Oras	Umaga	Hapon	Gabi
1				
2				
3				
4				
5				
6				
7				

Side Notes:

Petsa:

Mood:

Umaga = Almusal   Hapon = Tanghalian   Gabi = Hapun

Journal ng Tunay na Pagkain, Pahina 10 ng 25

_____

_____

Tulang Ekwasyonal

Araw araw na Pagkain Para sa "SELF" Cha

TUNAY NA PAGKAIN PARA SA "TUNAY NA BUHA

TUNAY NA PAGKAIN JOURNAL

raw	Oras	Umaga	Hapon	Gabi
1				
2				
3				
4				
5				
6				
7				

Side Notes:

Petsa:

Mood:

Umaga = Almusal   Hapon = Tanghalian   Gabi = Hapun

_____

Tulang Ekwasyonal

Araw araw na Pagkain Para sa "SELF" Cha

TUNAY NA PAGKAIN PARA SA "TUNAY NA BUHA

TUNAY NA PAGKAIN JOURNAL

raw	Oras	Umaga	Hapon	Gabi
1				
2				
3				
4				
5				
6				
7				

Side Notes:

Petsa:

Mood:

Umaga = Almusal   Hapon = Tanghalian   Gabi = Hapun

Tulang Ekwasyonal

Araw araw na Pagkain Para sa "SELF" Cha

TUNAY NA PAGKAIN PARA SA "TUNAY NA BUHA

TUNAY NA PAGKAIN JOURNAL

raw	Oras	Umaga	Hapon	Gabi
1				
2				
3				
4				
5				
6				
7				

Side Notes:

Petsa:

Mood:

Umaga = Almusal   Hapon = Tanghalian   Gabi = Hapun

_____

3

7

Tulang Ekwasyonal

Araw araw na Pagkain Para sa "SELF" Cha

TUNAY NA PAGKAIN PARA SA "TUNAY NA BUHA

TUNAY NA PAGKAIN JOURNAL

raw	Oras	Umaga	Hapon	Gabi
1				
2				
3				
4				
5				
6				
7				

Side Notes:

Petsa:

Mood:

Umaga = Almusal   Hapon = Tanghalian   Gabi = Hapun

Journal ng Tunay na Pagkain, Pahina 14 ng 2!

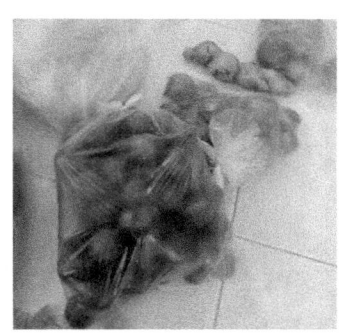

_____

_____
_____
_____
_____
_____
_____
_____
_____
_____
_____
_____
_____
_____
_____
_____
_____
_____
_____
_____
_____
_____
_____
_____
_____
_____

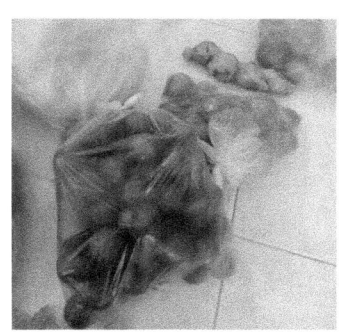

3

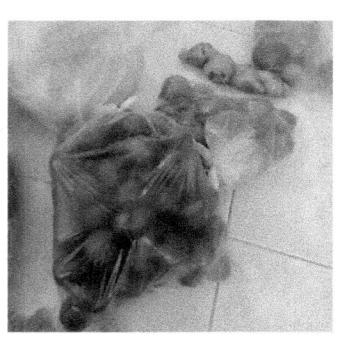

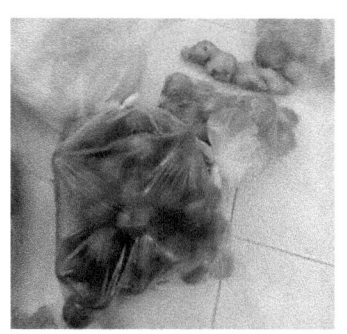

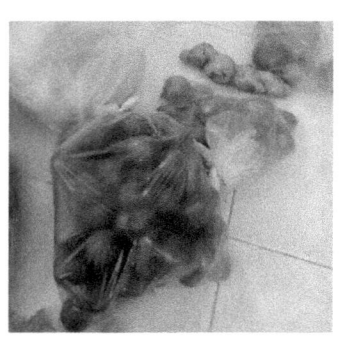

6

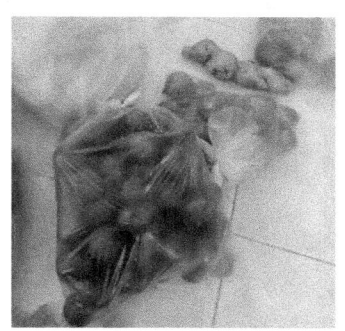

7

Tulang Ekwasyonal

Araw araw na Pagkain Para sa "SELF" Cha

TUNAY NA PAGKAIN PARA SA "TUNAY NA BUHA

TUNAY NA PAGKAIN JOURNAL

raw	Oras	Umaga	Hapon	Gabi
1				
2				
3				
4				
5				
6				
7				

Side Notes:

Petsa:

Mood:

Umaga = Almusal   Hapon = Tanghalian   Gabi = Hapun

_____

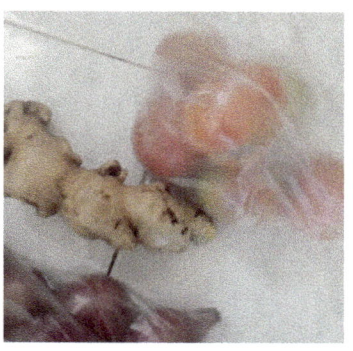

_____

_____
_____
_____
_____
_____
_____
_____
_____
_____
_____
_____
_____
_____
_____
_____
_____
_____
_____
_____
_____
_____
_____

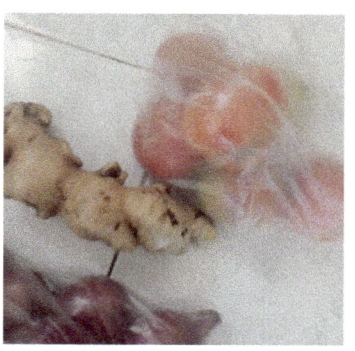

5

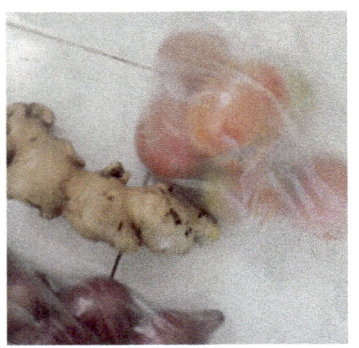

_____

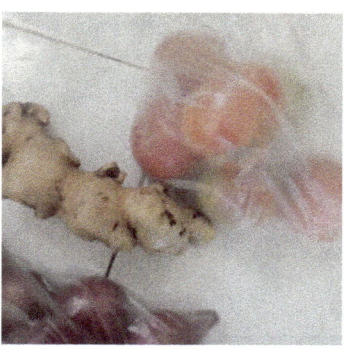

Tulang Ekwasyonal

Araw araw na Pagkain Para sa "SELF" Cha

TUNAY NA PAGKAIN PARA SA "TUNAY NA BUHA

TUNAY NA PAGKAIN JOURNAL

raw	Oras	Umaga	Hapon	Gabi
1				
2				
3				
4				
5				
6				
7				

Side Notes:

Petsa:

Mood:

Umaga = Almusal   Hapon = Tanghalian   Gabi = Hapun

_____

_____

_____
_____
_____
_____
_____
_____
_____
_____
_____
_____
_____
_____
_____
_____
_____
_____
_____
_____
_____

_____

_____

Tulang Ekwasyonal

Araw araw na Pagkain Para sa "SELF" Cha

TUNAY NA PAGKAIN PARA SA "TUNAY NA BUHA

TUNAY NA PAGKAIN JOURNAL

raw	Oras	Umaga	Hapon	Gabi
1				
2				
3				
4				
5				
6				
7				

Side Notes:

Petsa:

Mood:

Umaga = Almusal   Hapon = Tanghalian   Gabi = Hapun

_____

_____

3

5

Tulang Ekwasyonal

Araw araw na Pagkain Para sa "SELF" Cha

TUNAY NA PAGKAIN PARA SA "TUNAY NA BUHA

TUNAY NA PAGKAIN JOURNAL

raw	Oras	Umaga	Hapon	Gabi
1				
2				
3				
4				
5				
6				
7				

Side Notes:

Petsa:

Mood:

Umaga = Almusal   Hapon = Tanghalian   Gabi = Hapun

_____

_____

_____

3

_____

_____

_____

Tulang Ekwasyonal

Araw araw na Pagkain Para sa "SELF" Cha

TUNAY NA PAGKAIN PARA SA "TUNAY NA BUHA

TUNAY NA PAGKAIN JOURNAL

raw	Oras	Umaga	Hapon	Gabi
1				
2				
3				
4				
5				
6				
7				

Side Notes:

Petsa:

Mood:

Umaga = Almusal   Hapon = Tanghalian   Gabi = Hapun

_____

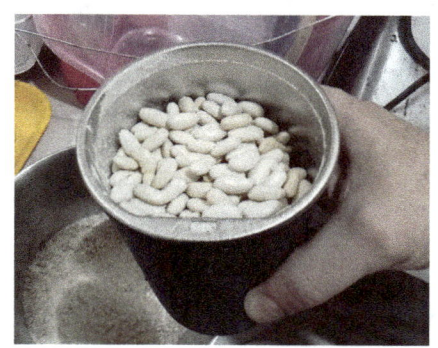

_____

3

_____

_____

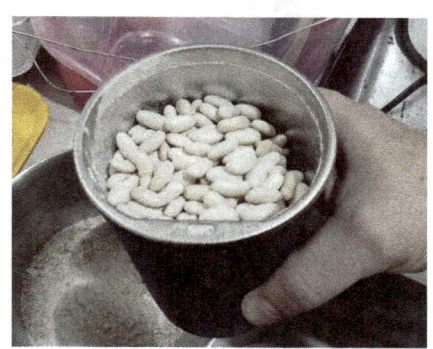

Tulang Ekwasyonal

Araw araw na Pagkain Para sa "SELF" Cha

TUNAY NA PAGKAIN PARA SA "TUNAY NA BUHA

TUNAY NA PAGKAIN JOURNAL

raw	Oras	Umaga	Hapon	Gabi
1				
2				
3				
4				
5				
6				
7				

Side Notes:

Petsa:

Mood:

Umaga = Almusal   Hapon = Tanghalian   Gabi = Hapun

_____

_____
_____
_____
_____
_____
_____
_____
_____
_____
_____
_____
_____
_____
_____
_____
_____
_____
_____
_____
_____
_____
_____
_____
_____
_____

_____

_____

Tulang Ekwasyonal

Araw araw na Pagkain Para sa "SELF" Cha

TUNAY NA PAGKAIN PARA SA "TUNAY NA BUHA

TUNAY NA PAGKAIN JOURNAL

raw	Oras	Umaga	Hapon	Gabi
1				
2				
3				
4				
5				
6				
7				

Side Notes:

Petsa:

Mood:

Umaga = Almusal   Hapon = Tanghalian   Gabi = Hapun

_____

_____

_____

_____

Tulang Ekwasyonal

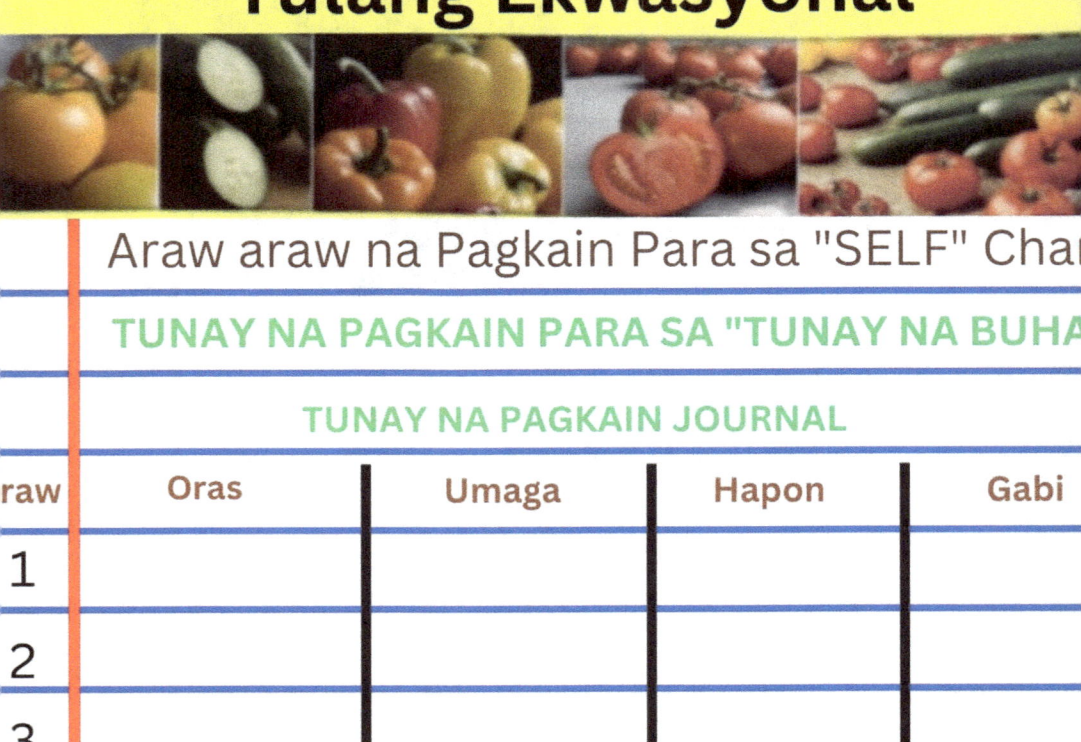

Araw araw na Pagkain Para sa "SELF" Cha

TUNAY NA PAGKAIN PARA SA "TUNAY NA BUHA

TUNAY NA PAGKAIN JOURNAL

raw	Oras	Umaga	Hapon	Gabi
1				
2				
3				
4				
5				
6				
7				

Side Notes:

Petsa:

Mood:

Umaga = Almusal   Hapon = Tanghalian   Gabi = Hapun

4

Tulang Ekwasyonal

Araw araw na Pagkain Para sa "SELF" Cha

TUNAY NA PAGKAIN PARA SA "TUNAY NA BUH/

TUNAY NA PAGKAIN JOURNAL

raw	Oras	Umaga	Hapon	Gabi
1				
2				
3				
4				
5				
6				
7				

Side Notes:

Petsa:

Mood:

Umaga = Almusal　　**Hapon = Tanghalian**　　**Gabi = Hapun**

_____

_____

Tulang Ekwasyonal

Araw araw na Pagkain Para sa "SELF" Cha

TUNAY NA PAGKAIN PARA SA "TUNAY NA BUHA

TUNAY NA PAGKAIN JOURNAL

raw	Oras	Umaga	Hapon	Gabi
1				
2				
3				
4				
5				
6				
7				

Side Notes:

Petsa:

Mood:

Umaga = Almusal   Hapon = Tanghalian   Gabi = Hapun

1

_____

Tulang Ekwasyonal

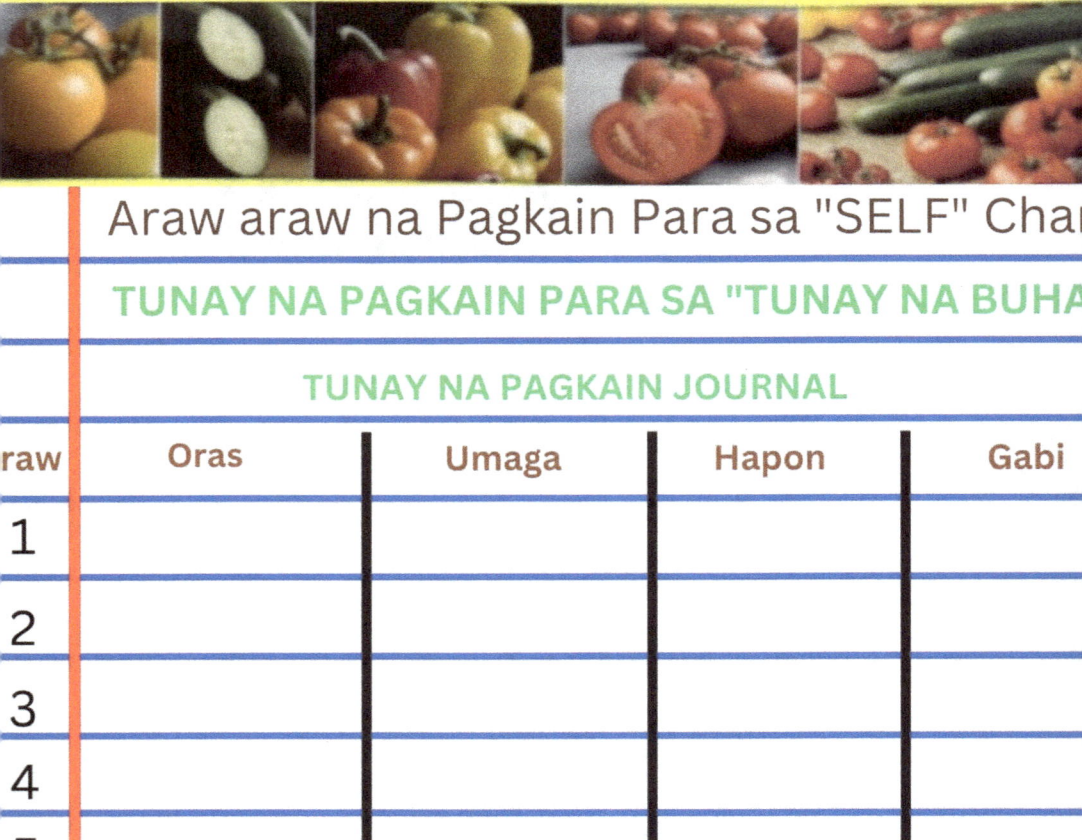

Araw araw na Pagkain Para sa "SELF" Cha

TUNAY NA PAGKAIN PARA SA "TUNAY NA BUHA

TUNAY NA PAGKAIN JOURNAL

raw	Oras	Umaga	Hapon	Gabi
1				
2				
3				
4				
5				
6				
7				

Side Notes:

Petsa:

Mood:

Umaga = Almusal   Hapon = Tanghalian   Gabi = Hapun

Journal ng Tunay na Pagkain, Pahina 25 ng 25

Vegan Pizza Pancakes.

"Totoo" na saging.

Ang ating "Tunay" na Pandama ay alipin ng Pekeng Pagkain.

Ang Ultimate Vegan Diet ay ipinaliwanag sa Eating For "SELF."

Ang mga kumbinasyon ng "Tunay" na Pagkain ay maaaring makumpleto ang pagkain.

Mahalaga ang protina, ngunit HINDI masyadong marami.

Ang pangunahing aklat sa Ang Kalusugan, Diet & Recipe ni Adventure Book Series.

Book II ng Ang
Kalusugan, Diet &
Recipe ni Adventure
Book Series.

Tulang Ekwasyonal Journal Ng Tunay Na Pagkain:

Pagkain para Sa Sarili

The Health, Diet, and Recipe's Adventure Book Series Tandem Writing paperback kulay graphic interior 214 Journal ruled blank pages personal writing food journal.

RICHARD JON HASSEY: MAY AKDA ng The Domestic marine at Imbentor ng Tandem Book Writing at Imbentor ng The Television Commercial Silencer Electrical Wall Outlet Receptacle Tap (U.S. Patent No. 10,249,996 at pinangunahan ang Silencer Project, BOOK III ng The Domestic marine Tandem Book Writing at Equational and Engendered Poetry Series, na may Parallel Writing.

Si Nelfa ang may ari ng Nelfa's Computer Repair Service, pambihirang chef ng Nelfa Salise Hassey (kakaninplus.com) consignment Tunay na pagkaing Pilipino, tapat na ina ng 4 na anak at ang aking magandang asawa.

Tulang Ekwasyonal
Journal Ng Tunay
Na Pagkain:

Pagkain para Sa
Sarili

Ang "Equational Poetry" ay susuriin ang iyong mga marka at ang kanilang mga kahulugan, at kung handa ka na para sa paglalakbay at pakikipagsapalaran Bisitahin lamang ang:

https://www.equationalpoetryjournal.com

Tulang Ekwasyonal Journal Ng Tunay Na Pagkain:

Pagkain para Sa Sarili

End Notes:

www.ingramcontent.com/pod-product-compliance
Lightning Source LLC
Chambersburg PA
CBHW070831120626
46556CB00002B/714